Table of Contents

Ètò Àtọrunwá Olọrun Ní Ìṣe

Ní àkókò kan, ní 1600 BC, ọpọlọpọ àwọn ìran lẹhìn tí ìdílé Jósẹfù ti lọ sí Íjíbítì láti ye ìyàn náà; àwọn ọmọ Ísírélì ti tẹdó sí ilẹ náà, wọn sì bí síi gidigidi. Wọn mú.

Nígbà náà ni ọba titun kan tí kò rántí Jósẹfù bẹrẹ sí ní jọba. Ó jẹ oníwà búburú sí àwọn ọmọ Ìsrẹlì. Ó bẹrẹ sí jowú nítorí bí àwọn ọmọ Ísírélì ti pọ síi tó, ó sì fi àwọn ọgá ẹrú ṣe olórí wọn. Wọn di ẹrú ní ilẹ náà, ṣùgbọn ète yẹn kò ṣiṣẹ; Nítorí pé bí wọn ti ń ni àwọn ọmọ Ísírélì lára tó, bẹẹ ni wọn ń pọ sí i!

Nígbà náà ni ọba búburú Íjíbítì sọ fún àwọn agbẹbí Ísírélì kan pé, "Nígbà tí ẹ bá ń ran ọkan lára àwọn aboyún Ísírélì lọwọ nígbà tí ẹ bá ń bímọ, bí ẹ bá ríi tí ọmọ náà jẹ ọmọkùnrin, ẹ pa á!". Ṣùgbọn àwọn agbẹbí Hébérù jẹ obìnrin tó bẹrù Olọrun, wọn kò sì ṣe búburú tí ọba ní kí wọn ṣe. Ọba sì pàṣẹ pé, "Gbogbo ọmọkùnrin Hébérù tí a bá bí ni kí ẹ gbé sọ sínú odò Náílì, ṣùgbọn kí ẹ dá èyí tó jẹ obìnrin sí.

Báyìí, Ọkùnrin kan àti obìnrin ngbé, ìyàwó sì lóyún ó sì bí ọmọkùnrin kan. Ìbànújẹ bá àwọn òbí náà, ọkàn wọn sì bà jẹ nítorí pé wọn ò fẹ pa ọmọ wọn tó rẹwà. ìyá pinu láti tójú rẹ! Ó ṣe èyí fún oṣù mẹta títí tí kò fi lè fi í pamọ mọ. Lójọ kan, ó mú agbọn kan wá fún un, ó fi ọdà àti ọdà bò ó láti mú kí ó léfòó; ó gbé ọmọ náà sí etí odò Náílì. Ẹgbọn ọmọ náà dúró lókèèrè láti wo ohun tí yóò ṣelẹ sí i.

Lójọ yẹn gan-an, ọmọbìnrin Fáráò burúkú náà sọ kalẹ sí odò Náílì láti wẹ, ibẹ ló sì ti rí apẹrẹ náà tí ọmọ kékeré náà wà nínú rẹ! Àánú ọmọ kékeré náà ṣe é. Ọmọ Obìnrin tí ó ń ṣọ ọmọ kékeré náà sáré tọ ọmọbìnrin fáráò láti bẹrẹ bóyá ó máa nílò láti rí ìkan nínú àwọn agẹbí ti Júù tó máa báa tójú ọmọ kékeré náà. Ọmọ Fáráò gbà, ọmọ kékeré náà sáré lọ pe ìyá tó bí ọmọ kékeré náà. Wọn sì pe orúkọ ọmọ náà ní Mósè.

Oun ìyanu ni láti rí iṣẹ Ọlọrun ní eré. Ìyá ọmọ náà, bí ó tilẹ jẹ pé ọkàn-àyà rẹ bàjẹ, gbé ìgbésẹ ìgbàgbọ nípa gbígbé ọmọ náà sínú apẹrẹ náà tí ó sì gbé e ka orí Odò Náílì. Kò mọ ohun tí yóò ṣẹlẹ, ṣùgbón ó ní ìgbàgbọ, ó sì san án. Kì í ṣe pé ọmọ náà là á já nìkan, ó tún lè tójú ọmọ rẹ láìbẹrù pé àwọn èèyàn Fáráò máa ṣe é léṣe. Ọlọrun lo ọmọbìnrin alákòóso burúkú náà gan-an láti gba ọmọ kan tó pa láṣẹ pé kí wọn pa.

Ipò wo ni Ìwọ tàbí ẹbí rẹ wà ní báyìì tí ó dàbí ẹni pé ò dùn púpọ àti pé ó nira? Ìgbésẹ ìgbàgbọ wo ni o lè ṣe lónìí láti jẹ kí Ọlọrun mọ pé o gbẹkẹlé Rẹ pàápàá tí o kò bá mọ ohun tí yóò ṣẹlẹ? Gbígba ádùrá, láì bìkítà bóyá ó gùn tàbí kúrú jẹ ìrànlọwọ ní àwọn àkókò bíi èyí. Ọlọrun ń gbọ nígbà gbogbo nítorí bẹẹ, tẹsíwájú kí o sọ fún un oun tí ó ṣẹlẹ.

Ìdánimọ̀ Mósè, Àwọn ìbẹ̀rù, àti Àwọn àṣìṣe

Ọ̀pọ̀ ọdún lẹ́yìn náà ni Mósè ti dàgbà; Ó jáde lọ sí ibi tí àwọn ará Hébérù wà, ó sì ń wò wọ́n tí wọ́n ń jìyà iṣẹ́ àṣekára tí ọba búburú náà fi fún wọn. Ó rí ará Íjíptì kan tí ó ń lu Hébérù kan, ó yára wò àyíká láti mọ̀ bí ẹnikẹ́ni bá rí, nígbàtí kò sì rí ẹnìkan, ó pa ará Íjíptì náà, ó sì sín. Ní ọjọ́ kejì, ó rí àwọn Hébérù méjì tí wọ́n ń jà, ó sì bi wọ́n pé kí nìdí tí wọ́n fi ń lu ara wọn. Ọ̀kan nínú àwọn ọkùnrin náà dáhùn pé, "Ta ni ó fi ọ́ ṣe olórí tàbí onídàájọ́ lórí wa, ṣé ìwọ ń rò láti pa mí bí o ti pa ará Íjíbítì náà?" Èyí mú kí Mósè bẹ̀rù gan-an nígbà tó mọ ohun tí kò tọ́ tó ṣe, àwọn èèyàn ti mọ̀ nípa rẹ̀.

Nígbà tí Fáráò gbọ́ ohun tí Mósè ṣe, ó gbìyànjú láti pa Mósè, ṣùgbọ́n Mósè sá lọ kánkán. Ó sá lọ sí ilẹ̀ òkèèrè níbi tí ó ti ń gbé ní ìpamọ́ fún ọ̀pọ̀ ọdún.

Bó tilẹ̀ jẹ́ pé ẹrú Hébérù ni wọ́n bí Mósè fún, ààfin Ọba ni wọ́n ti tọ́ ọ dàgbà. Ó gbọdọ̀ ti yà láàrin àwọn ìgbésí ayé méjèèjì, ṣùgbọ́n ipò tí ó wà lọ́wọ́lọ́wọ́ kò ṣe pàtàkì, kò gbàgbé ẹni tí ó jẹ́, ó sì yàn láti fi àwọn ohun tí ó wà ní ìgbésí ayé rẹ̀ sílẹ̀ tí ó yà sọ́tọ̀. Mósè ṣe ohun búburú kan bó tilẹ̀ jẹ́ pé ó rò pé ó jẹ́ ìdí rere.

Mósè ṣe àṣìṣe, ó sì yàn láti sá lọ. *Njẹ́ o ti ṣe ohun tí kò tọ́, àti pé o banújẹ́ tàbí bẹ̀rù ohun tí ó le ṣẹlẹ̀ tí òtítọ́ bá wá yé?*

Gbogbo wa ni a ti ṣe àṣìṣe, àti pé àṣìṣe rẹ kò tóbi tàbí kéré jù fún Ọlọ́run láti d'áríjì. Mọ èyí, láì bìkítà kíni, àwọn tí ó wà ní àyíká rẹ nífẹẹ rẹ àti pàápàá nípasẹ Ọlọ́run. Wá àgbàlagbà tí o gbẹ́kẹ̀lé kí o sọ òtítọ́ pẹ̀lú wọn kí wọ́n lè ṣe ìrànlọ́wọ́ fún ọ àti pé o lè ní òmìnira kúrò lọ́wọ́ ẹbi àti ìbẹ̀rù.

Fún gbogbo ìpinnu tí o fẹ́ ṣe, ìbéèrè tí ó dára láti béèrè ṣáájú ṣíṣe ohunkóhun ni, **kíni Jésù yóò ṣe?** A pè wá láti dàbí Jésù Krístì, Ó sì jẹ́ onínúure, onísùúrù, olùtọ́jú, àti onígbọràn. Òun kò pa ẹlòmíràn lára ṣùgbọ́n dípò, ó fi ìfẹ́ hàn sí àwọn tí ó pa á lára. Èyí kò jẹ́ kí ó jẹ́ aláìlágbára ṣùgbọ́n dípò, àpẹẹrẹ n'lá fún gbogbo ènìyàn mîìràn láti tẹ̀lé.

Ibi kíbi tí o bá rí ara rẹ ní ayé, rántí nígbà gbogbo pé o jẹ́ ọmọ Ọlọ́run àkọ́kọ́. Gba àkókò díẹ̀ láti dúpẹ lọ́wọ́ Ọlọ́run fún ìfẹ́ nlá Rẹ̀ sí ọ, kí o jẹ́ kí ó mọ̀ pé ìwọ pàápàá nífẹ Rẹ̀.

Àwọn àìláàbò Mósè

Léyìn tí Mósè sá kúrò níwájú Fáráò, ó gbé ní aṣálẹ̀ Mídíánì fún ogójì ọdún. Mose gbeyawo, ó sì ń ṣe ìtọjú àgùtàn bàbá ìyàwó rẹ̀ ní ọjọ́ kan, ángẹ̀lì Olúwa fara hàn án nínú iná láti inú igbó tí ó jó. Mose rí i pé bí ó tilẹ̀ jẹ́ pé iná ń jó igbó náà, kò jóná. Irú Ìyanu nlá wo ni yìí! Ó ya Mósè lẹ́nu ó sì sumọ̀ láti mọ bí ó ṣe ṣẹlẹ̀.

Nígbà tí ó súnmọ́ tòsí igbó tí ń jó, Olúwa sì ké pè é pé, "Mósè, Mósè", Mósè dáhùn pé, "Èmi Nìyí". Ọlọrun sọ fún un pé òún ti gbọ́ igbe náà, ó sì rí ìjìyà àwọn ọmọ Ísíṛẹ̀lì ó sì máa gbà wọ́n lọ́wọ́ Fáráò búburú àti àwọn èèyàn rẹ. Ọlọrun yóò ṣamọ̀nà wọn lọ sí ilẹ̀ ẹlẹ́wà tí ń ṣàn fún wàrà àti oyin. Ọlọrun sọ fún Mósè pé òun ń rán an sí Fáráò gégé bí ẹni tí yóò dá àwọn ọmọ Ísíṛẹ̀lì nídè tí yóò sì mú wọn jáde kúrò nínú oko ẹrú.

Ṣùgbọ́n Mósè bẹ̀rù, ó sì dáhùn pé, "Ta ni èmi tí èmi yóò fi tọ Fáráò lọ kí n sì mú àwọn ọmọ Ísíṛẹ̀lì jáde kúrò ní Íjíbìtì?". Ọlọrun ṣe ìlérí fún Mósè pé Òun yóò wà pẹ̀lú rẹ. Ọlọrun sì kọ́ ọ ní àwọn iṣẹ́ àmì pé kí ó ṣe láti mú kí àwọn ènìyàn gbà á gbọ́, ó sì sọ fún Mósè pé kí ó sọ fún àwọn ènìyàn náà pé, "ÈMI ni ó rán mi sí yín". Ọlọrun sọ fún Mósè pé kó ju ọ̀pá tí ó wà lọ́wọ́ rẹ̀ sí ilẹ̀, yóò sì di ejò, Ọlọrun sọ fún un pé kó fi ọwọ́ rẹ̀ sínú ẹ̀wù rẹ̀, nígbà tó sì mú un jáde, awọ ọwọ́ náá di adẹ́tẹ̀. Gégé bí àmì láti mú káwọn èèyàn gbà á gbọ́, Ọlọrun tún sọ fún Mósè pé kó bu omi díẹ̀ nínú odò Náílì, kí ó sì dà á sórí ilẹ̀, yóò sì di ẹ̀jẹ̀. Gbogbo iṣẹ́ àmì wọ̀nyí ni Mósè ṣe, ó sì ṣelẹ̀ gẹ́gẹ́ bí Ọlọ́run ti wí

Ṣùgbọ́n síbẹ̀síbẹ̀, Mósè sọ fún Ọlọ́run pé, "Má bínú, Ọlọ́run, èmi kò lè sọ̀rọ̀ dáradára, jọ̀wọ́ rán ẹlòmíràn". Èyí mú kí Ọlọ́run bínú sí Mósè nítorí pé, bí ó tilẹ̀ jẹ́ pé Ọlọ́run fi ẹ̀rí hàn án, tí ó sì ṣèlérí pé òun yóò wà pẹ̀lú rẹ̀. Mósè rò pé òun kò dára tó fún iṣẹ́ náà.

Ó dà bíi pé Mósè ti fara pa mọ́, àmọ́ Ọlọ́run ní púpọ̀ sí i fún un. Nígbà tí Ọlọ́run bá Mósè sọ̀rọ̀ nípa lílò rẹ̀ láti dá àwọn ọmọ Ísírélì nídè, a rí i pé Mósè ṣe àwáwí fún Ọlọ́run pé kí nìdí tí kò fi jẹ́ òun bí kò ṣe ẹlòmíràn.

Njẹ́ o ti rí lára pé Ìwọ kò dára tó fún ipá tàbí iṣẹ́-ṣíṣe kan?
Njẹ́ ẹnikan ti gbìyànjú láti bá ọ sọ̀rọ̀ lórí ǹkan tí o rò pé ó mú ọ ṣe ṣùgbọ́n wọ́n gbìyànjú láti rẹ̀wẹ̀sì?

Njẹ́ o tí n ṣe àwáwí fún ìbẹ̀rù láti kùnà tàbí ohun tí ènìyàn yóò sọ nípa rẹ?

Ọlọ́run fẹ́ láti lo Mósè pẹ̀lú àwọn àṣìṣe rẹ̀ tí ó ti kọjá, tí ó sálọ àti pé ó lọ́ra ọ̀rọ̀ àti pé Ọlọ́run fẹ́ láti lo Ìwọ náà. Ọlọ́run mọ gbogbo ọ̀ràn tí Mósè gbé dìde, ó sì tún yàn án. Kò sí ẹ̀ṣẹ̀ kankan tí yóò tóbi jù fún Ọlọ́run láti dárí jini. Olorun ti yan Ìwọ náà, Nítorí náà, ohunkóhun tí Ọlọ́run bá ń darí rẹ láti ṣe, mọ̀ pé yóò bá ọ lọ, yóò sì ṣe ọ̀nà fún ọ láti ṣe é.

• • •

Tí o kò bá ní ìdánilójú iṣẹ́ kan tàbí ipa tí o wà nínú tàbí tí o fẹ́ bẹ̀rẹ̀, gbìyànjú láti bá òbí rẹ tàbí Àlùfáà sọ̀rọ̀ nípa rẹ̀ kí o jẹ́ kí wọn gbàdúrà pẹ̀lú rẹ fún ìyà sí mímọ́ láti ọ̀dọ̀ Ọlọ́run. Pín èyíkéyìí àwọn ìfiyèsí pẹ̀lú wọn àti Ọlọ́run. Ọlọ́run fi sùúrù dáhùn àwọn ọ̀rọ̀ Mósè, yóò sì ṣe tìrẹ náà.

Mósè Gba Ìrànlọ́wọ́, Ó sì Gba Ìṣírí

Ọlọ́run kò fi Mósè sílẹ̀ bí Ó ti gbàgbọ́ nínú rẹ̀ bí ó tilẹ̀ jẹ́ pé Mósè kò gbàgbọ́ pé ó lágbára. Torí náà, Ọlọ́run dá Áárónì arákùnrin Mósè níyànjú pé kó jẹ́ kí Mósè mọ̀ pé arákùnrin òun pàápàá ń lọ bá òun bí wọ́n ṣe ń sọ̀rọ̀. Ọlọ́run ṣèlérí pé òun máa ràn wọ́n lọ́wọ́, òun á sì kọ́ wọn ohun tí wọ́n máa ṣe.

Nígbẹ̀yìn-gbẹyín Mósè gba iṣẹ́ àyànfúnni náà, Mósè sì pa dà sí Íjíbítì pẹ̀lú ìyàwó àtàwọn ọmọ rẹ̀. Ní ọ̀nà, àwọn ará pàdé. Mósè sì sọ fún Árónì ohun gbogbo tí OLÚWA wí, àti ohun tí o ṣé, Árónì sì gbàgbọ́, ó sì gbà láti ràn ń lọ́wọ́.

Ṣé o lérò láí láí bóyá o nílò ìrànlọ́wọ́ ṣùgbọ́n o bẹrù láti béèrè?
Kíni o rò pé ó jẹ́ ìdí fún ìyẹn? Ìbẹ̀rù? Ìgbéraga? Ìpalára tí ó ti kojá?
Ṣé o ní ọ̀rẹ́ kan tí o lè gbẹ́kẹ̀lé pẹ̀lú àwọn èrò rẹ?
Njé àwọn ọ̀rẹ́ rẹ àti ẹbí rẹ lè gbẹ́kẹ̀lé ọ pẹ̀lú àwọn èrò wọn?

Ó dára láti gbá ìrànlọ́wọ́ àti àtìlẹ́yìn ní o ṣe nrìn ní ìdí. Ọlọ́run yan Áárónì arákùnrin Mósè láti jẹ́ ọwọ́ ọ̀tún rẹ̀ bó ṣe ń kó àwọn èèyàn náà jáde kúrò ní Íjíbítì. Mósè dìde sí ìpènìjà náà, wọ́n sì jọ ṣègbọràn, wọ́n sì tẹ̀ lé ìdarí Ọlọ́run.

Ọlọrun dá ọ láti ṣe ìyàtọ̀ àti pé ó ti fún ọ ní ohun gbogbo tí o nílò láti ṣe àṣeyọrí rẹ àti pé, yóò tẹsíwájú láti ṣé bẹ́ẹ̀ bí o tí n dàgbà. O kàn nílò láti gbàgbọ́ kí o sì múra tán láti ṣé rere tí Ó ti pè ọ́ sí.

Má ṣe jẹ́ kí àwíjàre dí ọ lọ́wọ́ láti ṣe gbogbo ohun àgbàyanu tí Ọlọrun ní ní ìpamọ́ fún ọ. Ó tún ti fi àwọn ọ̀rẹ́, arábìnrin, arákùnrin, àǹtí, ẹ̀gbọ́n ìyá, àti àwọn òbí rẹ pàápàá láti ràn ọ́ lọ́wọ́. Báyìí, o kò ní láti kojú àwọn ìṣòro nikan.

Mósè àti Ìyọnu Mẹ́wàá

Pẹ̀lú ìgboyà tuntun tá a gbé ka àwọn ìlérí Ọlọ́run, Mósè àti arákùnrin rẹ̀ lọ bá Fáráò pé kó jẹ́ káwọn ọmọ Ísírélì lọ. Mósè tí ó sá fún Fáráò nígbà kan rí nítorí ìbẹ̀rù ẹmí rẹ̀ nísinsìnyí dúró tìgboyàtìgboyà níwájú rẹ̀, kì í ṣe fún ara rẹ̀ nìkan ṣùgbọ́n fún gbogbo Ísírélì!

Gẹ́gẹ́ bí Ọlọ́run ti mọ̀ pé yóò ṣẹlẹ̀, nígbà tí Mósè ní kí Fáráò jẹ́ kí àwọn èèyàn náà lọ, Fáráò kọ̀, ó sì sọ fún àwọn ọmọ ogun náà pé kí wọ́n tún mú kí nǹkan túbọ̀ le fáwọn ọmọ Ísírélì. Mósè àti Áárónì ṣe díẹ̀ lára àwọn iṣẹ́ ìyanu tí Ọlọ́run fi hàn Mósè, bí ọ̀pá rẹ̀ tí ó ju sí ilẹ̀ tí ó sì sọ di ejò. Ṣùgbọ́n àwọn àlúpàyídà ọba Íjíptì ṣé ohun kan náà pẹ̀lú idán búburú wọn.

Lójọ́ kan, Ọlọ́run sọ fún Mósè pé kó pàdé Fáráò ní etí odò Náílì kó sì tún bẹ̀èrè pé kí Fáráò jẹ́ kí àwọn ọmọ Ísírélì lọ kí wọ́n lè sin Ọlọ́run tòótọ́ kan ṣoṣo; Farao kọ. Nítorí náà, ní gbogbo ìgbà tí ọba Íjíbítì kọ̀, Ọlọ́run rán ìyọnu àjàkálẹ̀ kan sí àwọn ará Íjíbítì.

Àrùn ẹ̀jẹ̀ sì wà níbi tí Mósè ti na ọwọ́ rẹ̀ pẹ̀lú ọ̀pá rẹ̀ lórí odò Náílì, tí gbogbo omi Íjíbítì sì di ẹ̀jẹ̀. Síbẹ̀ Fáráò kọ̀, ó fi àwọn ọmọ Ísírélì di ẹrú.

Ní ọjọ́ méje lẹ́yìn náà, Mósè na ọwọ́ rẹ̀ sórí àwọn odò, odò, àti àwọn adágún omi ní Íjíbítì, àwọn ọ̀pọ̀lọ́ ńláńlá sì jáde wá láti inú wọn, wọ́n sì bo gbogbo Íjíbítì! Síbẹ̀ Fáráò kọ̀.

Nígbà náà ni Olúwa sọ fún Mósè pé, "Na ọ̀pá rẹ, kí o sì lu erùpẹ̀ ilẹ̀, gbogbo erùpẹ̀ ilẹ̀ Íjíbítì yóò sì di kòkòrò kantíkantí. Àwọn kòkòrò kantíkantí náà bo gbogbo ènìyàn àti ẹranko, ṣùgbọ́n Fáráò kọ̀.

Mósè tún dìde ní kùtùkùtù òwúrọ̀ ọjọ́ mìíràn láti pàdé Fáráò ó sì ní kí ó jẹ́ kí àwọn ọmọ Ísíṛẹ́lì lọ. Nígbà tí Fáráò kọ̀, Mósè rán ẹṣinṣin sí Íjíbítì! Ohun tí Fáráò ń ṣe kò dùn ún, ó sì pe Mósè, ó ní, 'sin Ọlọ́run rẹ níhìn-ín' ṣùgbọ́n Mósè kò juwọ́ sílẹ̀.

Ọkàn Fáráò ṣì le, kò sì jẹ́ kí àwọn èèyàn náà lọ, bẹ́ẹ̀ ni àjàkálẹ̀-àrùn wá sórí ẹran ọ̀sìn níbi tí gbogbo ẹran ọ̀sìn àwọn ará Íjíbítì ti kú. Síbẹ̀ Fáráò kò bìkítà, ó kọ̀ láti jẹ́ kí Ísíṛẹ́lì lọ.

Nígbà náà ni Olúwa sọ fún Mósè àti Árónì pé, "Ẹ mú ẹ̀kúnwọ́ eérú kan, kí ẹ sì sọ ọ́ sí afẹ́fẹ́; Èérú yìí mú kí éewo bo gbogbo ènìyàn àti ẹran ọ̀sìn àwọn ará Íjíbítì. Síbẹ̀ Fáráò kọ̀.

Ní òwúrọ̀ ọjọ́ mìíràn, Mósè dojú kọ Fáráò búburú náà, ó ní kó dá àwọn ọmọ Ísíṛẹ́lì sílẹ̀; Nígbà tí Fáráò kọ̀, Mósè tú ìyọnu yìnyín sórí ilẹ̀ náà. Mànàmáná àti ààrá wá. Ó jẹ́ ìjì tó burú jù lọ ní gbogbo ilẹ̀ Íjíbítì. Fáráò gbìyànjú láti tan Mósè mọ́ra, ó sì parọ́ pé bí Mósè bá mú kí yìnyín náà dáwọ́ dúró, òun yóò jẹ́ kí àwọn èèyàn náà lọ. Ṣùgbọ́n nígbà tí yìnyín náà dáwọ́ dúró, Fáráò kọ̀ láti dá wọn sílẹ̀.

Lẹ́yìn náà, Ọlọ́run sọ fún Mósè pé kó na ọwọ́ rẹ̀ sí ojú ọrun kí òkùnkùn lè tàn sórí Íjíbítì. Ó ṣe bẹ́ẹ̀, òkùnkùn biribiri sì bo ilẹ̀ náà. Síbẹ̀, Fáráò gbìyànjú láti ṣe ẹ̀tàn kò sì jẹ́ kí àwọn èèyàn náà lọ lómìnira.

Nítorí náà, Olúwa tún mú àjàkálẹ̀ àrùn kan wá sórí Fáráò àti gbogbo ilẹ̀ Ìjipti. Èyí ni ìparun ìkẹyìn tí yóò mú kí inú rere àwọn ẹni burúkú tú àwọn èèyàn Ọlọ́run sílẹ̀. Ní nǹkan bí ọ̀gànjọ́ òru, gbogbo àwọn àkọ́bí gbogbo Ìjíbítì kú. Níkẹyìn, Fáráò búburú náà gbà láti jẹ́ kí àwọn èèyàn náà lọ.

Àwọn iṣẹ́ àmì àti iṣẹ́ ìyanu tí Ọlọ́run ṣe láti ọwọ́ Mósè jẹ́ ọ̀nà láti gba àwọn èèyàn Ọlọ́run nídè kúrò nínú ìwà búburú alákòóso ńlá kan nígbà yẹn. Wọ́n lò àwọn ènìyàn náà gẹ́gẹ́ bí ẹrú, wọ́n sì jìyà púpọ̀ ṣùgbọ́n Ọlọ́run fẹ́ kí wọ́n ní òmìnira wọn. Ọlọ́run nífẹ̀ẹ́ àwọn ọmọ Rẹ̀ ó sì ti múra tán láti jà fún wa àti ohunkóhun tí yóò gbìyànjú àti tẹ̀ síwájú nínú ọ̀nà láti di òmìnira àti gbígbé ìgbé ayé àgbàyanu tí Ọlọ́run ní fún wa.

Fáráò jẹ́ onímọtara-ẹni-nìkan, kò sì bìkítà nípa àwọn ọmọ Ísírélì àti ìjìyà wọn. Kò fẹ́ kí wọ́n láásìkí, kò sì bìkítà nípa ipa tí ìwà agídí rẹ̀ ní lórí àwọn èèyàn rẹ̀ pàápàá, àwọn ará Ìjíbítì.

Njé nkan kan wà tí ò ń ṣe agídí nípa nígbàtí o wà ní ìsàlẹ̀ tí o mọ̀ pé Ọlọ́run ń sọ fún ọ pé kí o jẹ́ kí ó lọ? Bóyá ó jẹ́ ìbínú tàbí àìbìkítà sí ọ̀rẹ́ kan. Ṣé ìpaniláyà tàbí ìpalára tí ọmọ ẹbí kan fà?

Ọlọ́run nífẹ̀ẹ́ rẹ púpọ̀, kò sì ní pa ọ́ lára, ṣùgbọ́n a gbà wá níyànjú láti máa fetí sí Ọlọ́run nígbà gbogbo nígbà tí Ó bá ń fún wa ní ìtọ́ni láti dárí jini, gbàgbé tàbí jẹ́ kí ohun kan lọ.

Òkun Pupa Nla

Inú àwọn ọmọ Ísírẹ́lì dùn, wọn ò sì ní ṣe ẹrú mọ́! Ọlọ́run mú kí àwọn ará Íjíbítì ṣojú rere sí wọn, wọ́n sì fún àwọn ọmọ Ísírẹ́lì ní ohunkóhun tí wọ́n béèrè fún, oúnjẹ, aṣọ, wúrà, iwọ ló pè é.

Wọ́n gba ọ̀nà aṣálẹ̀ lọ sí Òkun Pupa, nígbà tí ó di ọ̀sán, OLÚWA ń lọ níwájú wọn ninu ọ̀wọ̀n ìkùukùu láti tọ́ wọn sọ́nà, àti ní òru nínú ọ̀wọ̀n iná láti fún wọn ní ìmọ́lẹ̀ kí wọ́n lè máa rìn lọ ní ọ̀sán tàbí lóru.

Nígbà tí Fáráò gbọ́ pé àwọn ọmọ Ísírẹ́lì ti lọ, inú bí i, ó sì tún yí ọkàn rẹ̀ padà. Ó pe gbogbo àwọn ìjòyè rẹ̀ àti àwọn kẹ̀kẹ́ ẹṣin rẹ̀, wọ́n sì lépa àwọn ọmọ Ísírẹ́lì, wọ́n sì bá wọn!

Nígbà tí àwọn ọmọ Ísírẹ́lì rí àwọn ọmọ ogun ńlá tí wọ́n ń bọ̀ wá sọ́dọ̀ wọn, ẹrù bà wọ́n, wọ́n sì kígbe pé kí ló dé tí Jèhófà fi mú wọn jáde kúrò ní Íjíbítì, kí wọ́n sì parun nínú aṣálẹ̀. Wọ́n ráhùn pé ì bá sàn kí wọ́n sì jẹ́ ẹrú ní Íjíbítì ju kí wọ́n kú níbẹ̀. Wọn kò gbẹ́kẹ̀lé Olúwa láìka àwọn ohun ńláńlá tí ó ṣe láti mú wọn jáde kúrò ní Íjíbítì!

Ṣùgbọ́n Mósè dáhùn pé, "Ẹ má fòyà. Ẹ dúró ṣinṣin, Ẹyin ó sì rí ìdándé tí Olúwa yóò mú wá lónìí. Àwọn ará Íjíptì tí Ẹ rí lónìí, Ẹyin kì yóò rí wọn lẹ́ẹkansi. Olúwa yóò jà fún ọ, iwọ nìkan ni kí o dúró jẹ́ẹ́ kí o sì gbẹ́kẹ̀lé e."

Mósè sì kígbe pe Ọlọrun, Ọlọrun alágbára sì sọ fún u pé kí ó gbé ọpá rẹ sókè, kí ó sì nà á sórí òkun láti pín omi náà, kí àwọn ọmọ Ìsráẹ̀lì kí ó le rìn lórí ilẹ̀ gbígbẹ. Mósè sì ṣe gẹ́gẹ́ bí OLÚWA ti paá láṣẹ fún u, OLÚWA sì dá òkun padà pẹlu afẹ́fẹ́ nlá àti sọ ọ di ilẹ̀ gbígbẹ fún àwọn ọmọ Ìsráẹ̀lì láti rìn lórí pẹ̀lú odi omi ní apá ọ̀tún àti ní òsì wọn.

Fáráò àti àwọn ọmọ ogun rẹ rí ohun tó ṣẹlẹ̀, wọ́n sì gbìyànjú láti lépa àwọn ọmọ Ísíráẹ̀lì la ògiri omi kọjá. Nígbà tí àwọn tí ó kẹyìn ninu àwọn ọmọ Israeli ti rékọjá, Mósè na ọwọ́ rẹ sórí Òkun, ó sì sé e mọ́, tí ń gbé gbogbo àwọn ọmọ ogun Íjíbítì tí ń lé àwọn ènìyàn Ọlọrun mì! Oluwa gba àwọn ọmọ Ísíráẹ̀lì là, àwọn ènìyàn náà sì gba Ọlọrun gbọ́, wọ́n sì gbẹkẹ wọn lé e àti Mósè gẹ́gẹ́ bí aṣáájú wọn.

Mósè ní ìgbàgbọ́ nínú Ọlọrun nígbà tí àwọn ẹlòmíràn kò ṣe bẹ́ẹ̀. Bó tilẹ̀ jẹ́ pé ohun tó ṣẹlẹ̀ ní iwájú Mósè jẹ́, ọgọ́rọ̀ọ̀rún kẹkẹ́ ẹṣin tó ń lọ láti pa àwọn èèyàn náà lára, ó gbà pé Ọlọrun máa dáàbò bò wọ́n, Ọlọrun sì ṣe bẹ́ẹ̀.

Ìgbàgbọ́ jẹ́ ìgbẹkẹlé nínú ohun tí a nírètí àti ìdánilójú ohun tí a kò rí. Mósè ní ìgbàgbọ́ nínú Ọlọrun, ìwọ náà sì lè ṣe bẹ́ẹ̀. Béèrè lọ́wọ́ Ọlọrun lóni láti ṣe ìrànlọ́wọ́ láti kọ́ ìgbẹkẹlé rẹ sínú Rẹ̀ nígba kúgbà tí ìwọ tàbí ẹnikan tí o bìkítà nípa wà ní ipò líle àti pé ó dàbí pé kò sí ọ̀nà àbáyọ, o lè gbàgbọ́ pé Ọlọrun yóò wà níbẹ̀ pẹlu rẹ àti pé Òun yóò dáàbòbò ọ.

Òfin Mẹ̀wàá

Àwọn ọmọ Ísíréli tẹ̀ síwájú, lẹ́yìn oṣù díẹ̀ tí wọ́n kúrò ní Ísíréli, wọ́n dé aṣálẹ̀ Sínái. Níbẹ̀, Ọlọ́run pe Mósè sórí òkè níbi tí Ọlọ́run ti pín ọ̀pọ̀ nǹkan pẹ̀lú rẹ̀ nípa bó ṣe máa darí àwọn èèyàn àti bí àwọn ọmọ Ísíréli ṣe lè gbé ìgbé ayé tó dára jù lọ. Ọlọ́run fún Mósè ní ìtọ́ni pé kí wọ́n ran àwọn èèyàn Ọlọ́run lọ́wọ́ láti mọ bí wọ́n ṣe lè máa hùwà sí ara wọn àti àwọn aládùúgbò wọn, bí wọ́n ṣe lè máa bọ̀wọ̀ fáwọn òbí, àti bí wọ́n ṣe lè bu ọlá fún Ọlọ́run. Àwọn wọ̀nyí ni à npè ní Òfin Mẹ̀wàá.

Àwọn ìtọ́ni wọ̀nyí ṣe pàtàkì tó bẹ́ẹ̀ tí Ọlọ́run fúnra rẹ̀ fi fi ìka rẹ̀ kọ wọ́n sára wàláà òkúta! Wọ́n jẹ́:

1. Sin Ọlọ́run òtítọ́ kan àti pé Òun nìkan ṣoṣo. Máṣe fi ohunkóhun tàbí ẹlòmíràn síwájú Rẹ̀
2. Máṣe ṣẹdá ohunkóhun mìíràn bí ọlọ́run irọ́ láti sìn
3. Bọ̀wọ̀ fún orúkọ Ọlọ́run, má ṣe lò ó lọ́nà búburú tàbí lọ́nà tí kò dára.
4. Rántí láti ya àkókò láti sinmi àti kí o fojú sí Ọlọ́run.
5. Bọ̀wọ̀ fún ìyá àti bàbá rẹ
6. Máṣe pa ẹnikẹ́ni
7. Àwọn tọkọtaya gbọ́dọ̀ máa mú ìlérí wọn ṣe fún ara wọn láti jẹ́ olóòótọ́ nígbà gbogbo
8. Máṣe gba ohun tí kìí ṣe tìrẹ
9. Ìwọ kò gbọ́dọ̀ sọ irọ́ nipa awọn eniyan miiran, nígbà gbogbo sọ òtítọ́

10. Máṣe ṣe àfiwé ohun tí o ní pẹ̀lú ti ẹlòmíràn, jẹ́ẹ dára àti dúpẹ́ fún ohun tí o ní

Òfin mẹ́wàá náà ni Ọlọ́run fún wọn láti ran àwọn ọmọ Ísíréḷì lọ́wọ́ láti gbé ìgbé ayé tó yàtọ̀ sí àwọn aláìgbàgbọ́, àwa náà sì jẹ́ ọmọ Ọlọ́run láti máa gbé ìgbé ayé tó yàtọ̀. A gbọ́dọ̀ fi ọ̀wọ̀ hàn sí Ọlọ́run nítorí pé a nífẹ̀ẹ Rẹ̀ àti nítorí pé Òun ni Baba àti Olùpèsè. Nípasè ìfẹ́ Ọlọ́run, a kọ́ bí a ṣe lè nífẹẹ ará wa àti àwọn mîìràn. Jésù ṣe àkópọ̀ gbogbo àwọn òfin sí àwọn méjèèjì, nífẹẹ Ọlọ́run, nífẹẹ àwọn ẹlòmíràn.

Gbogbo ènìyàn dọ́gba ní ojú Ọlọ́run, àti pé gbogbo ènìyàn ni ó ṣe pàtàkì. O ṣe pàtàkì. Àwọn òbí rẹ ṣe pàtàkì, àwọn ọ̀rẹ́ àti àwọn olùkọ́ rẹ ṣe pàtàkì.

Ṣé ìwọ yóò fẹ́ kí a ṣe ìtọ́jú rẹ pẹ̀lú inú rere àti pẹ̀lú ìfẹ́? Ṣe sí àwọn ẹlòmíràn ohun tí o fẹ́ kí a ṣe sí ọ.

Ronú nípa ẹnì kan tó o lè fi inú rere hàn sí. It Ó lè jẹ́ ọmọléèwé ẹlẹgbẹ́ rẹ̀ tó dá wà tàbí aládùúgbò oníròbìnújẹ́ náà. Àwọn òbí rẹ nílò ìfẹ́ pàápàá ní àwọn ọjọ́ tí wọ́n le dàbí láti bínú sí ọ jùlọ. Ìfẹ́ ṣégun gbogbo rẹ̀, àti pé, ó bẹ̀rẹ̀ pẹ̀lú rẹ.

Ìbínú Mósè

Nígbà tí àwọn eniyan náà ríi pé Mose tí wà ní orí òkè lọ fún ìgbà pípé, ara wọn kò balẹ̀, wọ́n sì bẹ Árónì, ọwọ́ ọ̀tún Mósè pé kí ó fún wọn ní orìṣa titun. Aaroni ní kí wọ́n bọ́ àwọn ohun ọ̀ṣọ́ wúrà tí wọ́n wà lára wọn kúrò. Ó mú ohun tí wọ́n fi fún un, ó sì ṣe ère ọmọ màlúù kan. Ó sì wí pé, 'Èyí ni ọlọ́run yín tí ó mú yín jáde kúrò ní Íjíbítì'. Àwọn ènìyàn náà bẹ̀rẹ̀ sí bọ ère tí a fi ọwọ́ ènìyàn ṣe, wọ́n sì ń rúbọ sí i.

Nígbà náà ni Olúwa sọ fún Mósè pé, "Yára nísinsin yìí nítorí àwọn ènìyàn tí o mú jáde láti Íjíbítì ti di ìbàjẹ́! Wọ́n ti yí padà kúrò nínú ohun tí ó tọ́ àti òtítọ́ gẹ́gẹ́ bí mo ti pa á láṣẹ fún wọn, tí wọ́n sì yá ère fún ara wọn". Ọlọ́run bínú nípa bí àwọn ọmọ Ísírẹ̀lì ṣe jẹ́ alágídí tó àti bí wọ́n ṣe máa ń tètè máa ráhùn nígbà gbogbo kí wọ́n sì yíjú sí àwọn ohun búburú nígbà tí kò rọrùn.

Mósè ní kí Ọlọ́run má ṣe bínú àti pé kó má ṣe pa àwọn ọmọ Ísírẹ̀lì run, kí àwọn ọ̀tá wọn má bàa fi gbogbo ohun tí Ọlọ́run ṣe fún àwọn èèyàn Rẹ̀ ṣe yẹ̀yẹ́. Nítorí náà, Ọlọ́run gbà sí èyí. Mósè sì yára sọ̀kalẹ̀ lórí òkè pẹ̀lú wàláà òfin méjèjì ní ọwọ́ rẹ̀. Nígbà tí ó dé àgọ́ àwọn ọmọ Israeli, tí ó rí ère ọmọ màlúù tí wọ́n fi ọwọ́ eniyan ṣe, tí àwọn eniyan ń jó, tí wọ́n sì ń sìn ín, Inú bí Mósè tó, ó sọ àwọn wàláà náà lulẹ̀, ó sì fọ́ wọn. Ó pa ère ọmọ màlúù náà àti gbogbo ohun tí àwọn ọmọ Ísírẹ̀lì ń lò láti fi jọ́sìn ère náà.

Inú Mósè ò dùn sí bí Áárónì ṣe jẹ́ kí àwọn èèyàn náà bọ́ lọ́wọ́ rẹ̀, tí wọ́n sì ń fi àwọn ọ̀tá wọn ṣẹ̀sín.

Mósè, gẹ́gẹ́ bí ìwọ àti èmi ní ìmọ̀lára púpọ̀, díẹ̀ nínú rere àti díẹ̀ nínú búburú. Àti ní ọ̀pọ̀lọpọ̀ ìgbà, ó ṣe àṣìṣe tí ó dá lórí àwọn ẹdùn odì. Árónì arákùnrin rẹ̀ kò dúró ṣinṣin lórí ohun tí ó gbàgbọ́, tí ó jẹ́ òtítọ́ Ọlọ́run, ó sì fi í fún ìdààmú àwọn ènìyàn. Èyí mú kí wọ́n dẹ́ṣẹ̀ púpọ̀.

Kíni ò ń ṣe nígbàtí o bínú?
Báwo ni o ṣe ń hùwà nígbàtí àwọn tó wà ní àyíká rẹ bá ń bínú.
Kí lo máa ń ṣe tí àwọn ọ̀rẹ́ rẹ bá ní kó o ṣe ohun tí kò tọ́?
Ṣé o máa ṣe àìsùúrù àti ṣé àwọn ìpinnu líle nígbàtí wọ́n bá bèèrè lọ́wọ́ rẹ láti dúró?

Bíbínú kì í ṣe ẹ̀ṣẹ̀, ohun tá a bá ń ṣe nígbà tá a bá bínú ló lè kó wa sínú ìṣòro. Jákọ́bù 1:19-20 BMY - Ó sọ fún wa pé ká máa yára tẹ́tí sílẹ̀ lákọ̀ọ́kọ́, lọ́ra láti sọ̀rọ̀, ká sì lọra láti bínú.. Ìbínú ènìyàn kì í mú ohun tó dára jù lọ tí Ọlọ́run fẹ́ fún wa jáde.

Ní ìgbà míràn tí inú bá n bí ọ, ránti kókó ìbéèrè yíí, **kíni Jésù yíò ṣe?**

Mósè, ọ̀rẹ́ Ọlọ́run kan

Àwọn ọmọ Ísrẹ́lì tẹsíwájú nínú ìrìnàjò wọn sí ilẹ̀ ìlérí, fún ìgbà díẹ̀, Mósè pàdé Ọlọ́run ní ẹ̀yìn àgọ́ àjọ. Nígbà tí Mósè wọnú àgọ́ àjọ, àwọsánmò iná yíò sọkalẹ̀, yíó sì wàní ẹnu ọ̀nà àgọ́ àjọ. Olúwa yíó sì bá Mósè sọ̀rọ̀ ní ojúkorojú, gẹ́gẹ́ bí ọ̀rẹ́ tin bá ọ̀rẹ́ rẹ̀ sọ̀rọ̀.

Ọlọ́run jẹ́ ọ̀rẹ́ rẹ pẹ̀lú. Bàbá rẹ ni, aláàbò, olùrànlọ́wọ́ àti atọ́nisọ́nà, ó sì ti fún ọ ní ẹ̀mí mímọ́ láti wà pẹ̀lú rẹ. Ní ìgbà àtijọ́, kìí ṣe gbogbo ènìyàn ni ó lè tọ Ọlọ́run lọ kí wọ́n sì báa sọ̀rọ̀ gẹ́gẹ́ bí ọ̀rẹ́ bíi Mósè ti ṣe. Ṣùgbọ́n Jésù, ọmọ Ọlọ́run sọkalẹ̀ wásí aiyé, ó rìn láàrín wa, ó sì san ìdíyelé fún àwọn ẹ̀ṣẹ̀ wa lẹ́ẹ̀kanṣoṣo kí àwa lè ní ìbáṣepọ̀ tààrà pẹ̀lú Ọlọ́run. Nítorí ìrúbọ yìí, àwa náà ti di ọmọ Ọlọ́run, a sì lè báa sọ̀rọ̀ gẹ́gẹ́ bí ọ̀rẹ́ wa tímọ́tímọ́. Ó fẹ́ràn wa, ó n ṣe ìtójú wa, ó sì fẹ́ kí a jẹ́rìí òun pẹ̀lú oun gbogbo nínú ayé wa, èyí tí ó tóbi àti èyí tí ó kéré.

Ìwé Éfésù 3:16-17 sọ fún wa wípé Ọlọ́run n gbé nínú ọkàn wa, nítorínáà, a lè báa sọ̀rọ̀ tààrà ní kété tí a gba Jésù sínú ọkàn wa pẹ̀lú ìgbàgbọ́. Ó jé oun ayọ̀ wípé o kò nilo láti ṣiṣẹ́ gba ìfẹ́ Ọlọ́run. Kòsí bí ìwà rere tàbí búburú rẹ ṣe lè yíipadà. Ọlọ́run fẹ́ ọ láìlégbẹ́, ó fẹ́ ọ ju bí o ṣe rò lọ.

Bí o bá fẹ́ láti gba Jésù sínú ọkàn rẹ kí o sì bẹ̀rẹ̀ ìbádọ́ọ̀rẹ́ yẹn pẹ̀lú Ọlọ́run tàbí o fẹ́ ṣe àtúnṣe ìbádọ́ọ̀rẹ́ rẹ, o lè gba àdúrà yíí:

Ọlọ́run olùfẹ́, Oṣeun fún rírán Jésù láti san ìdíyelé fún àwọn àṣìṣe mi kí èmi kí ó lè ní òmìnira, ìdáríjì, àti ìbáṣepò pẹ̀lú rẹ. Mo gba Jésù sínú ọkàn mi, mo sì jẹ́wọ́ wípé òun ni olùgbàlà mi. Oṣeun nítorípé mo lè pè ọ́ ní ọ̀rẹ́, O sì ṣeun nítorípé ọ̀rọ̀ rẹ sọ wípé kòsí oun tí ó le yà mí kúrò nínú ìfẹ́ rẹ. Rànmílọ́wọ́ láti máa rántí ní gbogbo ìgbà wípé o wà pẹ̀lú mi ní àwọn ọjọ́ tí ó dára àti èyí tí kò dára, Àmín.

Jẹ́ kí lára àwọn ọ̀rọ̀ àsọkẹ́yìn Mósè nínú ìwe Deuteronomi 31:6 sí àwọn ọmọ Ọlọ́run gbà ẹ́ níyànjú pẹ̀lú. Ó sọ wípé, "Jẹ́ alágbára kí o sì ní ìgboyà. Má ṣe bẹ̀rù tàbí jáyà nítorí i wọn, nítorí Olúwa Ọlọ́run rẹ ń lọ pẹ̀lú rẹ; Òun kò ní fi ọ́ sílẹ̀ tàbí kọ̀ ọ́ sílẹ̀."

Wọnyì ni àwọn ẹsẹ bíbélì tí yíó gbà ọ́ níyànjú bí o tín gbé pẹ̀lú ìgboyà fún Ọlọ́run:

- Nítorí mo mọ èrò tí mo rò sí yín," ni OLÚWA wí, "àní èrò àlàáfíà, kì í sì ṣe fún ibi, èrò láti fún un yín ní ìgbà ìkẹyìn àti ìrètí ọjọ́ iwájú.. (Jeremiah 29:11)

- Ẹ máa ṣoore fún ọmọnìkejì yín, ẹ ní ìyọ́nú, ẹ máa dáríjì ara yín, gẹ́gẹ́ bí Ọlọ́run nínú Kristi ti dáríjì yín. (Efesu 4:32)

- Nítorí náà tí ẹyin bá jẹ tàbí tí ẹ bá mu tàbí ohunkóhun tí ẹyin bá ṣè, e máa ṣe gbogbo rẹ̀ fún ògo Ọlọ́run. (1 Kọrinti 10:31)

- Jesu dáhùn pé, " 'Fẹ́ Olúwa Ọlọ́run rẹ pẹ̀lú gbogbo ọkàn rẹ, gbogbo ẹmí rẹ àti gbogbo inú rẹ.' Èyí ni òfin àkọ́kọ́ àti èyí tí ó tóbi jùlọ. Èkejì tí ó tún dàbí rẹ̀ ní pé, 'Fẹ́ràn ọmọnìkejì rẹ gẹ́gẹ́ bí ara rẹ.' (Matiu 22; 37 – 39)

- Má ṣe jẹ́ kí ẹnikéni gan ìgbà ewe rẹ; ṣùgbọ́n kì iwọ jẹ́ àpẹẹrẹ fún àwọn tí ó gbàgbọ́, nínú ọ̀rọ̀, nínú ìwà híhù, nínú ìfẹ́, nínú ẹmí, nínú ìgbàgbọ́, nínú ìwà mímọ́. (1 Timotiu 4:12)

- Bí irin tí ń pọ́n irin mú bẹ́ẹ̀ ni ènìyàn kan ń pọ́n ẹlòmíràn mú (Òwe 27:17)

- Ẹ̀yin ọmọ, ẹ máa gbọ́ tí àwọn òbí i yín nínú Olúwa: nítorí pé èyí ní ó tọ́. "Bọ̀wọ̀ fún baba àti ìyá rẹ," èyí tí í ṣe òfin kìn-ín-ní pẹ̀lú ìlérí, "ki ó lé dára fún ọ, àti kí ìwọ lè wà pẹ́ ní ayé.". (Efesu 6:1 – 3)
- Bí ó bá sé é ṣe, bí ó ti wà ní ipa tiyín, ẹ má wà ní àlàáfíà pẹ̀lú gbogbo ènìyàn (Romu 12:18)
- Nítorí pé ó dá mi lójú gbangba pé, kì í ṣe ikú tàbí ìyè, kì í ṣe àwọn angẹli tàbí ẹ̀mí èṣù, kì í ṣe ohun ìgbà ìsinsin yìi tàbí ohun tí ó ń bọ̀, tàbí àwọn agbára, tàbí òkè, tàbí ọ̀gbun, tàbí ohunkóhun nínú iṣẹ̀dá ni yóò le yà wá kúrò nínú ìfẹ́ Ọlọ́run tí ó ń bẹ nínú Kristi Jesu, Olúwa wa. (Romu 8:38-39)

Retold by

OMO
RANDLE